மனம் தேடும் மனிதம்

பதிப்பகம்

Manam Thedum Manitham

Edited by Chandrasekar Babu

 Special credits to Santheep Kumar, Dr.Niveditha and Dr.Nitin Chopra.

ISBN (Paperback) - 978-93-90724-15-4

First Edition : 2021

Book Design by POETRY WORLD

மனம் தேடும் மனிதம்

தலைமை தொகுப்பாளர்

பார்கவி சிவபிரகாஷ்

தொகுப்பாளர்

சந்திரசேகரன் பாபு

மனம் தேடும் மனிதம்

வாழும் வாழ்வில் தினம் தினம் தேடி

அலையும் மாந்தர்களுக்கு,

வேறுபட்ட பலர் இணைந்து தமிழின் வழியே

கைக்கோர்த்து மனிதம் போற்றும்

சிறு முயற்சியே இந்த கவிதைத் திரட்டு

தலைமை தொகுப்பாளர்

இவள் திருமதி.பார்கவி சிவபிரகாஷ், மஞ்சள் மாநகரமான ஈரோட்டை சேர்ந்தவள். இவள் புனைப்பெயர் "கவியின் கவிதை". கணிதவியல் முதுகலை பட்டம் முடித்தவள். இன்று தன் கனவுகளை முழு மனதோடு ஆர்வமாய் பின் தொடர்கிறாள்.

தனது இன்ஸ்டாகிராம் பக்கத்தில் *(@kaviyinkavithai)* ஏறத்தாழ 2500க்கும் மேற்பட்ட குறுங்கவிதைகள், நீள்கவிதைகள் பல புனைந்துள்ளார். *Spectrum of thoughts*ல் இணை எழுத்தாளராகவும், தன் முதல் கவிதை திரட்டான *"Enticement of fondness*/காதலின் தாகங்கள்" தொகுத்துள்ளார். இப்பொழுது *Poetry World Organisation*ல் தலைமை தொகுப்பாளராய் பல கவிதை திரட்டினை வழங்கி வருகிறார்.

எனக்கான பரிணாமம்

நீண்ட இடைவெளிக்குப் பின்.,
நீண்டே சென்ற என் வலிகளுக்கு இடையில்.,
புதிதாய் ஒரு பரிணாமம்...

கனவில் கூட நினைத்ததில்லை.,
வாசம் கூட செய்ததில்லை.,
பெயரிலே கொண்டதை...

விளையாட்டாய் தோன்றியவை.,
விவரிக்க முடியா மகிழ்ச்சியை
வாரி வழங்குகிறது இன்று...

உன்னால் துவங்கியதாலோ ஏனோ.,
உன்னை கண்ட நொடி.,
நெஞ்சில் பசையாய் ஒட்டியது போல்..,
நான் எழுதிய முதல் தருணமும்
இன்றும் மறக்கவில்லை என்னுள்...

எனக்குள்ளும் ஓர் வியப்பு.,
நம்ப முடியா தருணங்கள்.,
மனம் நிறைந்த களிப்பு மனம் நிறைய...

என்னவனே
நீயும் இவை யாவையும் ரசிப்பாயினில்.,
இன்னும் அடைவேன் பேரானத்ததை...

கவியின் கவிதை

தொகுப்பாளர்

இவன் சந்திரசேகரன் பாபு, எள்ளும் விளையும், நெல்லும் விளையும் மண்ணாம் விழுப்புரத்தில் பிறந்து பட்டப் படிப்பையும் முடித்தவர். தனியார் தொழிற்சாலையில் பணிபுரியும் இவர் கிடைக்கும் நேரத்தில் தமிழை வருடிட அளந்து கிடக்கும் வானம் போல் பறந்து கிடக்கும் கவிஞர் பட்டாளத்தில் ஒரு சிறு நட்சத்திரமாய் திகழ்பவர். சில கவிதை திரட்டுகளில் இவர் கவிகள் எழுதிய இவர் இன்று "மனம் தேடும் மனிதம்" கவிதை திரட்டை முடித்துள்ளார்.

அன்பை பகிர்வோம்

கடல் மணல் பரப்பில் காய்த இட்லியுடன் யாசக
கிழவன்
பலரின் பாதங்களில் ஊடுருவிய
மணலும் இட்லியில் விழ கண்டுக்காது
மலர்ந்த முகத்துடன் கிழவன் உண்டான்
மனம் கெட்க்கா நானும் வினாவினேன்
"ஐயா மணல் விழுந்த இட்லி இவளோ சந்தோசமா
சாப்பிடுரீங்க எப்புடி"
அவர் கொடுத்த பதில்
"மணல் வீசிச்செல்லும் இவர்களுக்கு இடையில்
ஓர் மனம் தான் இதை எனக்கு கொடுத்தது
அதை வினடிப்பதில் எனக்கு விருப்பமில்லை"
மனிதம் தேடி கிடைப்பதில்லை
கிடைத்ததில் உணர்வதும் அதனை பகிர்தலுமே மனிதம்
அன்பை பகிர்வோம்

சந்திரசேகரன் பாபு

உள்ளடக்கம்

அழிவின் எல்லை

நம்மில் ஒருவர் ஒருவனால் சீரழிக்கப்பட
நமக்காக ஒருவர் எல்லையில் உயிர் துறக்க
நம் கண்ணில் வழிந்த கண்ணீர் கூறியது
மனிதம் முழுவதும் சாகவில்லை என்று...

மானுடம் மறக்கும் மனிதம்

கேட்கா கடவுளுக்கு காணிக்கையிட்டு
கேட்கும் மனிதருக்கு காரணம் காட்ட
ஐந்தறிவு உயிரோ பாசம் காட்டியதால்
மறந்தது மனிதம் மனிதனின் இயல்பென்று...

நித்யஶ்ரீ

ஆம்பல் அரும்பில் அமிலம்

அன்பை அடிப்படையாகக் கொண்டு
அரும்பில் அவிழ்ந்த மனிதம்,
அனாதையாய் அர்த்தமற்று இன்றும் நிற்கிறது
பிச்சைக்காரன் தட்டில் சில்லரையாக...

புவிப்பாவையின் ரௌத்திரம்

காதலைத் தழுவியே காமம் என்பதன்றி
காட்சிப்பொருளாய்க் காளையர்க்குப் புலப்படும்
கன்னியர்;
யாமும் இப்புவி இன்பம் புகட்ட வந்தவளே
என்றவ்வப்போது
உணர்த்தவே பேராழியாய் மனிதத்தின் கோபம்
எழுப்புகிறதோ?

சிதறிய சுவடுகள்

இன்றைய மனிதம்

பட்டினியில் தவிக்கும் பலரையும்
புகைப்படம் எடுத்து பல தளங்களில்
பரிமாறுவதே இன்றைய மனிதம்!!

மழுங்கும் மானுடம்

பச்சிலம் குழந்தையையும்
பருவக் குமரியையும்
இரக்கம் இல்லாமல் புசிப்பதே
இன்று மனிதம்!!

மு.ரஞ்சனி

இறைவன் வரமோ?

சுயநலம் யாவும் யம்மை
சூழ்ந்து இருக்க,
அதற்கு அப்பார்ப்பட்டு இறைவன்
கொடுத்த வரம் என்று
சொல்லலாம் மனிதத்தை.

அதுதான் மனிதமோ?

யார் என்று தெரியாது
இருந்தும், மனம் துடிக்கிறது
அவர்கள் கவலையில் துடிக்கும் போது?காரணம்
அதுதான் மனிதமோ!

ரித்திகா. பு

உன் நினைவுகளில்

மழை நின்ற பின்னும் இலையில்
ஒட்டியிருக்கும் நீர் துளிகளாய்!!
இன்றும் பலர் மனதில்!! - இன்னும்
வாழ்ந்து கொண்டு இருக்கிறது - மனிதம்!

மழை துளியும் மனிதமும்

மேகத்தினுள் மறையும் நிலவாய்
நானும் மறைகிறேன்!
உந்தன் நினைவுகள் வரும் போதெல்லாம்!
உன் மனம் தேடும் மனிதனாய்!

J.Thilagavathi

எங்கே மனிதம்

பால்மணம் மாறாப் பச்சிளம் குழந்தைகள்
பாலியல் தீண்டலில்
பலி கொடுக்கப்படுவதை காணும் பொழுதும்...
குறும்பு மாறா குட்டிக் குழந்தைகளின்
குருதியை குளமாக்கும் காமக் கொடூரர்களை
காணும் பொழுதும்....
மனிதன் தேடி அலைகிறான்
எங்கே அந்த மனிதம் என்று.

மனிதநேயம் இல்லாமல் போனால்...

மனிதநேயம் இல்லாமல் போனால் ...
மாசடைந்த உள்ளங்கள்
மலை போல் பெருகி இருக்கும்!
ஈரமில்லா நெஞ்சங்கள் இறுகிய மனதோடு உலாவிக்
கொண்டிருக்கும்!
கொலையும் கொள்ளையும் கொட்டமடித்து
கொண்டிருக்கும்!
மொத்தத்தில் மனிதம் என்னும் புனிதம் பூமியில்
புதைந்து போயிருக்கும்!

இசக்கித்தாய் செந்தில்

எங்கே கடவுள்

தன் வயிற்றுப் பசிக்காக சாலையில்
பிச்சை கேட்ட குழந்தையை தள்ளிவிட்ட
மாமனிதன் பாம்பு புற்றுக்கு பால் ஊற்றிவிட்டு
சொன்னான்
"எல்லாரும் நல்லாருக்கனும் கடவுளே!"

எங்கே சமத்துவம்

சாமிக்கு பூசை செய்யும் மனிதனை
கரங்கூப்பி வணங்கும் கைகள் யாவும்
ஓடிப்போனது! சாக்கடை குழியில் விழுந்து
கழிவுகளை நித்தம் சுத்தம் செய்யும்
மனிதனுக்கு கை கொடுக்க!

கவிஞர் சு. கந்தவேல்

எட்டாக் கனி

மனிதம் இங்கே மரத்தின் கனியாய்...
கண்ணிற்குக் கிட்டும் தூரத்தில் தான்
காண்கிறேன்,ஏனோ...
கைக்கு இன்னும் எட்டிடவில்லையே...!

மங்கியதே மனிதம்

மனிதத்தின் மாண்பு கொட்டிக்கிடக்கிறது
வார்த்தைகளிலே...பேச்சிலே சீறிப்பாயும்
மனிதத்தை செயலிலேக் காண்பது சிரமமாய் போகிறது...
உதவி என்று வந்து நின்றால் உதாசினப்படுத்தும்
உலகமே...
மனிதம் என்ற ஒன்றை விருந்தாக அல்லாமல்,
காக்கும் அருமருந்தாக உபயோகப்படுத்துவது
எப்போது...?

விநுப்பிரியா இமயவரம்பன்

ஓர் விண்ணப்பம்

அருமைஆக்கமாய் இறைவன் படைத்தான் மனிதனை
இன்பமாய் ஈரமான நெஞ்சோடு அனைவரையும்
உறவாடு
உண்மையாய் ஊக்கமளித்து உன் உயிர் தேடு
எண்ணிய ஏக்கமெல்லாம் அடைய முயன்று அதை
நாடு!

சினம் கொண்ட காளை

பருவமங்கையர் அன்பை பாசாங்கு செய்து
பெற்றோர் கனவுகளை சாலையேற்றி தவிக்கவிட்டு
சகஉயிர்களை மதியாது ஏற்றத்தாழ்வால் மிதித்து
இம்மனிதம் இல்லா ஜீவன் மனிதனா?

சோ. கமலி

ஒரு தினக்கூலியின் குரல்

ஊரடங்கு,
உறவோடு பிணைந்தும்,
உணவுண்டு மகிழ்ந்தும்,
உறங்கவில்லை — நாங்கள்
உணவின்றி தவிக்தும்,
வேறு வழியின்றி உறங்கினோம்.
கனவில் கண்ட காட்சிகள்,
என்று நிஜமாய் மாறுமோ?
கருணை உள்ள கரங்கள்,
கபடம் இல்லா முகங்கள் - என்று
என் கண் முன் தோன்றுமோ?
கடவுளே.!

கண்ணை மறைத்த கர்வம்

மனிதம் அற்ற மானிடனே,
மனம் என்னும் வார்த்தை மறந்தாயோ?
காக்கி என்னும் கவசத்துடன்,
கல் நெஞ்சம் அதையும் அணிந்தாயோ?
கரங்கள் கோர்த்து உதவும் நீ,
குருதி கரைகள் கண்டு மகிழ்ந்தாயே.

Hariharan S

கண்ணீர் கடல்

வறண்டு தவிக்கும் உடல்,
கண்ணீர் மட்டுமே ஊடல்;
மனிதம் இயற்றிய மடல்,
நீ உயிர்கள் வாழும் கடல்.

காதல் பூக்கள்

காலை முழுவதும் இருள்,
கவிதைப் பூக்களின் அருள்:
விதைத்த கனவுகளின் சுருள்,
காதலில் முளைத்த பொருள்.

வெ.ஹேமந்த் குமார்

சாலையோர அன்னை

ஊன்றுகோலே உடனிருக்கும் தோழி!!!
பேருந்திற்காக காத்திருப்பவர்களே உறவினர்கள்!!!
அழுக்குப் பையும் பாத்திரமும் உடைமைகள்!!!
நிழற்கூடமே வீடு!வாகன இரைச்சலே இன்னிசை!!!
சாலையின் நிகழ்வுகளே காணும் திரைப்படங்கள்
முதியவளின் நிலை

ஆராயாதே

பணம் தொலைத்து மனம் பதைத்து
வீடுசெல்ல வழிதேடி! உதவியை நாடி!
நின்றான் ஓர் சிறுவன்!
ஆராய்ந்திடாமல் கொடுத்து உதவினாள் அவள்!!!

சி. திவ்யா

தனித்துவம் காக்க தானியாகிடு

மானத்தை காத்திட மேலங்கி தேடிடும்,
ஆறறிவு கொண்ட மானுடர் குலமே,
அருகிடும் மனிதத்தை எங்கே தேடுவாய்,
அறிவிற் குன்றிய அனேக உயிர்களும்,
தன்னிலை கெட்டு தவறுகள் புரியுமோ?
தனித்துவம் காத்து மகத்துவம் புரிந்திடு.

கர்வத்தால் சர்வமும் இழக்காதே

அறிவின் முதிர்ச்சியில் அண்டம் கடந்து,
மனதின் கிளர்ச்சியில் பாதாளம் சென்று,
மனிதம் கொன்று புனிதம் தேடாதே,
உணர்வு மிக்க உருவாய் இருந்தும்,
கர்வம் கொண்டு மண்ணில் நடவாதே,
சர்வமும் கெட்டு துயரத்தால் துன்புருவாய்.

இர.கந்தவேல் பிரபாகரன்

தாழ்த்தும் மடமை

நட்டநடு நெற்றியிலே வட்டமிடும் பொட்டழகை
ஏந்திவந்து நின்றவளை, நாரியென தள்ளலாமோ?
கண்டுளம் துடிக்கிறதே; பெண்டுளம் வாடாதோ?
பெட்டையென்ற வார்த்தை என்றுகெட்ட
வார்த்தையானதோ?

தீண்டாமை தீண்டாத மனிதம்

வெட்டுக்காயம் சிவந்த வியர்வை துளிர்க்க,
வெற்றுடல் கிடக்குறதே,
சாதியென்று சொல்லி கருவறுக்கும் மூடனே!!
அப்பிணமென்னச் சாதியடா

அ. முகிலன்

தாய்மை

இரவுக்குறியில் தனித்து நின்று......

தன் தசையை விற்று.....

தத்தெடுத்த குழந்தைக்குப்.....

பால் புகட்டினாள்.....

செவிலியர்கள்

யார் என்றே அறியா வேளையில்.....

குழவி முதல் கிழவி வரை பேணி காத்து......

சுத்தம் செய்து இன்முகத்துடன்

கவனித்துக்கொள்பவர்களே.....

செவிலித்தாய்கள்......

மு.ரம்யா எம்.ஏ(தமிழ்)பி.எட்

திருநாளானது பிறந்தநாள்

வருடத்தில் ஒரு நாளை மட்டுமே
ஆரவாரத்துடன் கொண்டாடுவோம்.
அந்த திருநாளான பிறந்த நாளை
நம் உறவுகளுடன் மட்டும் அல்லாது
ஆதவற்றோருடனும் பகிர்ந்து கொண்டால்
அதன் பெயர்தானம்மா மனிதம்!!!

மண்ணில் புதைந்த மனிதம்

தன் சேயின் பசி தீர்க்க விலைமாதரானால் அவள்
மானத்தை இழந்து அவர்களை
மகிழ்வித்தவளுக்கு காகிதங்களை
வெகுமதியாய் வீசி எறிந்தனர்,
ஒருவன் கூட அவளை அந்த சாக்கடையில்
இருந்து மீட்க முயற்சிக்கவில்லை,
மனிதமும் மண்ணில் புதைந்து.

சுபா

தேடி அலைகின்றேன் மனிதத்தை

மனிதனுக்குள்ளே மனிதம் தேடி அலைந்தேன்
மண்ணுக்குள்ளே இருக்கிறதே மனிதம்
மனிதன் தொலைத்து அதை இருப்பதை
மறந்தும் வாழ பழகிவிட்ட பின்னால்
மண்ணுக்குள்ளே இருந்தாலென்ன
மனிதனுக்குள்ளே இருந்தால் என்ன

கண்டேன் மனிதத்தை

நான் கீழே விழும்போது என்னை
மண் தாங்கிய போது நான் கண்டேன்
நான் விழுந்ததற்கு வானம்
அழுகையின் நான் கண்டேன்
ஆறுதல் சொல்லி தலையை வருடி
செல்லும் காற்றினில் கண்டேன்
நான் கண்டேன் மனிதத்தை

விக்னேஷ்

தேடுகிறான்

மனித மனம் போல
ஆறுகளும் சுருங்கி கொண்டே
செல்கிறது
தொலைத்ததை விட
தன்னிடம் இருப்பதையே மனிதன்
அதிகம் தேடி கொண்டு இருக்கிறான்.

கணக்கு

ரெட்டை கண்ணில் ஒற்றை பார்வை
ஒற்றை மனதில்ரெட்டை கேள்வி
என்று கணக்கு சரியாகுமோ
அன்று ராமானுஞர்கள் அதிகமாவார்கள்
தெளியாத குளமாய்
குழம்பி கொண்டே இருக்கிறதே
சகோதர துவம் விளகி கொண்டே இருக்கிறதே
என்று சேருமோ அன்று
விவோகானந்தர்கள் விதைக்கப்படுவர்.

Panneer Karky. K

தொலைந்த மனிதம்

தன் நலமும் வஞ்சமும்
நஞ்சாய் கலந்து...
புரையோடிப் போனப் புண்ணாய்
மனிதம் இன்று!

தேடும் அவலநிலை

மனதின் ஈரம் தொலைத்து
கள்ளத்தனத்தையும் தந்திரத்தையும்
அணிகலனாய் பூட்டி...
மனிதம் தேடுப்பொருளாய் இன்று...
வேதனையுடன்!

சீ,தில்லைக்கரசி

தொலைந்து போன மனங்கள்

தத்தி தவழும் பச்சிளம் குழந்தையை குப்பைத்
தொட்டியில் தூக்கி எறிந்த தாயின் மனதிலும்
பெத்தெடுத்த பெற்றோரை பேணிக் காக்க மறந்த
பிள்ளையின் மனதிலும் மனிதம் என்றோ
மரணித்திற்கும்...

இதயத்தில் ஓரிடம்.

தனக்கு கிடைத்த அரைவயிற்று உணவையும்
தன் வளர்ப்புப் பிராணியுடன் பகிரும்
வசிக்க வீடுயில்லா மனிதனின் இதயத்திலும்
இன்னும் எங்கோ மறைந்துயிருக்கிறது மனிதம்...

உயிர்த்தெழு நதியா

நீதான் காரணம்

மனிதத்தை தேடாதே மனிதா.!
தேடினாலும் பயனில்லை அதனால்,
அதை தொலைத்தவனும் நீதான்.!
தொலைக்க விட்டதும் நீதான்.!

உணரவும் உயரவும்

மனிதம்.!
நான்கெழுத்து வார்த்தை தான்.
ஆனால் நான்கு வேதங்களுக்கு சமம்.
நீ உணர்ந்தால் உலகம் புரியும்.!
நீ உயர்ந்தால் உன்னை அறியும்.!

MachJoke

நானுமொரு காகம்

பழையதாயினும் பரவாயில்லை
பசியாற கேட்கிறேன்
இல்லையென சொல்லாமல் இருக்கின்றதை
போடுங்கள்
வயிற்றை நிரப்புமளவு உங்களிடம்
கேட்கவில்லை காக்கையாக நினைத்து
எனக்கும் கொடுங்கள்...

பிட்சை வேண்டாம்

வறுமையின் காரணமாக வயிற்றை நிறப்பவேண்டி
உங்கள் வழித்தடத்தில் நிற்கிறேன்
பிச்சைக்காரனென எண்ணாதீர் ஒரு பேனாவை
ஏந்தித்தான் உங்களிடம் நிற்கிறேன்...

NandhaKrishnaV

பரவட்டும் மனிதம்

கண்கள் இருந்தும் மூடிக்கொண்டு குருடர்களாய்
திரியும் மானிட சமுதாயத்தில் இருட்டறையில்
ஏற்றிய தீக்குச்சியாய் உன்னில் இருந்து
தொடங்கிய மனிதம் உன்னோடு மட்டுமல்லாமல்
எதையும் எதிர்பாராமல் பலரையும் சென்றடைகையில்
இந்த மனிதம் புனிதமாகிறது அவர்களின்
சிரிப்பில் பரவும் தீக்குச்சியின் ஒளியை போல...

தேடல்

நான்கெழுத்து கொண்ட மனிதம்
ஐந்தறிவு படைத்த உயிர்களிடத்தில்
கொட்டிக்கிடைக்கையில் ஆறறிவு
படைத்த மனசாட்சியற்ற
மனிதகர்களிடத்தில் தேடிப்பார்க்க
வேண்டியதாயிற்று...

பிரசன்னா

புரிதல்

இலையின் உதிரல் பூமிக்கு பாரமில்லை
மனிதம் புரிந்தால் வாழ்வில்
வலியும் வெறுப்பும் இருப்பதில்லை.

நேயம்

தேடலோடு காத்திருக்கும் மனம்
திகட்டாத நறுமணமாய் வீசும்
உணர்வோடு களக்கும் நேயம்
உயிர் பிரிந்தாலும் வாழும்.

முஹம்மது உமைர்

போக்குவரத்து ஒளியின் மனிதம்

அவ்வப்போது எரியும், போக்குவரத்து ஒளியின்
சிவப்பு நிறம் கூட,
சிறிதளவு மற்ற மனிதனின் மீதும்,
மனிதம் வையடா!
என்று கற்றுத் தருகின்றது.

மனிதன்(ம்) பாதி

இங்கு அடைக்கப்பட்டது சாக்கடைகள் அல்ல,
மனிதனின் மனமே ஆகும்.
எதிலும் மாற்றத்தை தேடுபவன்,
மனிதத்தையும் மாற்றிவிட்டான்.
ஆள் பாதி ஆடை பாதி என்பது,
மனிதன் பாதி மனிதம் பாதி என்றாக வேண்டும்!

சதாக்ஷி. சி

மழுங்கி கிடக்கும் மனிதம்

மண்ணில் மலரும் மலர் கூட மடியும்
முன் மணம் தந்து போகிறது ஆனால்
மழுங்கி கிடக்கும் மனிதர்களில்
பலர் மனிதம் காட்ட மறந்து போகின்றனர்
சிலர் மறுத்துப் போகின்றனர்...

மிஞ்சிய மனிதம்

பிழை இல்லா பிஞ்சு நெஞ்சிலும்
நரை வந்து உயிர் மறைய காத்திருக்கும்
உள்ளத்திலும் இன்னும் வாழ்கிறது
மறைந்ததாக சொல்லப்படும் மனிதம்...

Alamelumangai.M

மனிதநேயம்

இருக்கின்றவரை இயலாதவர்களுக்கு
இயன்றதை செய்வேயானால்,
இறையருள் புரிந்த புனித
ஆத்மாவும் நீயே!!..

வீணடிக்காதீர் வீதியில்

பசிக்கு யுண்டபின் யாம்
சேமிக்கும் ஆக்கம் அனைத்தும்
வினையாகும் விதியில்லா
மனிதர்க்கு!!..

Sakthivel. M

மனிதமும் கடவுளும்

மனிதம் தோற்றுவித்தது கடவுள்,
எனவே, கடவுள் வாழ்வது மனிதத்திற்குள்.
மனிதம் மரந்த மனதோடு, செய்யும் கடவுள் வழிபாடு,
மனிதம் படைத்த கடவுளுக்கே, செய்யும் பெருந்தீட்டு.

மனிதமே அதிபதி

700 கோடி மனிதர்களின் பிணைப்பு மனிதம்,
இதை, ஏற்றுக்கொள்கயில் அமைதி மலர்கிறது,
ஏற்றுக்கொள்ளாவிடில் போர்கள் உமிழ்கிறது,
மனிதர்களின் ஆளுமை மனிதத்தின் கரங்களிலே.

திவாகர்

மாயாத மலர்!

இனம், மதம், மொழி,
என்னும் இதழ்கள் பிரிந்தாலும்,
மனிதம் என்னும் மலர்,
மனதை மாயாமல் காக்கின்றது!

அன்பின் அவதாரம்!

அறிவின் எண்ணிக்கையில் பிறப்பால்
உயர்ந்த மனிதர்களை விட,
மனிதமே நீ இன்று!
அன்பின் எண்ணத்தில் உயர்ந்த,
அஃறிணைகளே அன்பின் அவதாரமோ?
நீயற்ற மக்கள் மாக்கள் ஆனார்களோ?

கவிஞர் தமிழ்ச்சிற்பி.ராம்குமார்
வேலுமணி

மனிதா மனிதம் போற்று

தோலின் நிறம் கண்டு தோள் கொடுக்காதே.!
உருவத்தினால் உயிர் மாறினால் கொன்று
குவிக்காதே...!!!
உலகம் பொதுவானது எல்லா உயிருக்கும்
உறவானது...!!!
கலகம் எதிரானது, மனிதம் மட்டுமே நிலையானது.!

நாத்திகவாதி தான் நான்

சாக்கடையில் மூழ்கி சாகக் கிடப்பவன் கீழ் சாதி...!
சக மனிதனிடம் வேறுபாடு காணும் வேசி மேல் சாதி..!
இதை கேட்பவன் பிரிவினை
வாதியாம்,நாத்திகவாதியாம்..!

Ajithkumar Krishnan

மத்தாப்பு ஒளி

அன்பு,பாசம்,நேசம் இணைத்து,
மலர்காயா,கதிர்சுடா,அமிலம்தாக்க செய்யாதே!..
தேன்கூடாய் கட்டி காத்துக் கொள்!..
நவரத்தினத்துள் ஒன்றாய் தகதகக்க வை !..
உள்ளத்தால் ,ஊடுருவும் எண்ணத்தால் வென்று,
மடாதிபதி மனிதநேயத்துடன் மண்டியிடு!..

புகழ் பேசும்

கோடி கோடி அன்பு, கோலமிட்டு மகிழ்!..
நேசம் அற்ற நொடி, நெருப்பிட்டு எறி!..
முட்களோடு முழம் காணும்செயல்,தெளிவாய் வை!..
மண் (தான்)பேசும் மனிதனாய் இராதே!..
விண் (மற்றவர்)வியக்கும் மனிதநேயமாக இரு!..

இவள்,

கலாம் நேசகி அபிதா

மனம் விரும்பு

பணத்திற்கு ஏற்ற மதிப்பும்
மனிதனின் ஆறாம் ஞானத்தின்
திறவுகோலும் மனதால் நீ
செய்யும் செயலில் உள்ள மனிதநேயமே..!

விதைத்து வாழ்

பணத்தை கொடுத்து உயிரற்றதை வணங்கும் (நீ)
மனிதத்தை விதைத்து மனதால் இணைந்தால்,
கடவுளுக்கும் மேலாய் போற்றப்படுவாய் ..

தெ.நர்த்திகாஸ்ரீ

மனிதம் தேடும் கூண்டுக்கிளி

சிறகடித்து சீறி பறந்த என்னை...
சிறைப்பிடித்து கூண்டில் அடைத்து
அழகு பார்க்கிறான்.... சமூகவலைத்தளங்களில்
மனிதம் பேசும் மானுடன்....

மனிதன் மறந்த மனிதம்

நிலவிற்கு செயற்கைகோளினை செலுத்திவிட்டு
கர்வம் கொள்ளும் மானிடா...
நின் பூமியில் மனித மலத்தை
சகமனிதனே அள்ளுவதை
சற்று நினைத்து பார்...
உன் பெருமையின் முடிச்சு அவிழ்ந்து போகும்..

ஜெயசீலன் கவிக்குரல்

மனிதம் புனிதம்

நீ நான் என்று பாகுபாடு இன்றி
நாமென குட்டி குருவியோடு
குள்ளநரிகளையும்
கட்டி அரவணைப்பதில்
மனிதம் புனிதம் அடைகிறது..

மனிதம் தேடி

திரைகடல் ஓடியும் திரவியம் தேடென்றான்
உறைகடல் ஓடியும் மனிதம் காணமென
ஊரெங்கும் பறக்கும் பறவைகள்
கதைக்கையில் பதறிப் பதுங்குகிறான்
படைத்தவன் தன் தவறை உணர்ந்து....

ஞாழல்

மனிதமில்லா உயிர்

செல்வங்கள் மிகுந்து வறுமைகள்
அற்று இன்பங்கள் நிறைந்து வாழ்ந்தாலும் ....
"மனிதம்"என்ற மானுட செல்வம் இல்லையேல் ..
உயிருள்ள மனிதர் யாவரும் உயிரில்லா சவத்திற்கு
சமம்!

மானுட நியதி

மானுட உயிர்களால் நிரம்பிய
மானுட பூமியில்..
மனிதம் என்ற ஒற்றை சொல்லை
ஒவ்வொரு மனிதனுக்குள்ளும்
தேடும் நிலை இப்போது??

ரா.பத்மாவதி

மகத்தான மனிதம்

நம் சமுதாயம் அழியாமல் தடுக்க,
அரசியல் என்னும் தீயை அணைக்க,
மக்கள் எல்லோரும் ஒற்றுமையாக இருக்க,
வேண்டும் மனிதம் இங்கே பிறக்க பிறக்க பிறக்க....

பேச்சு மனிதநேயம்

செய்யும் செயல்களில் மட்டும்
மனிதநேயம் இருப்பதும் இல்லை...
பேசும் ஒவ்வொரு வார்த்தையிலும்
மனிதநேயம் ஒளிந்துக்கொண்டு இருப்பது,
யாருக்கும் தெரிவதும் இல்லை...

சுபாஷினி

மனமதியெங்கும் மனிதம்

பிறப்புணர்வு வேறுபாடென்- றுரைக்கும்
மதியினகத்து மனிதம் புகுத்திடுவோம்
வாழ்வுரிமை ஒன்றெென வுரைத்து
புவியினகத்து புனிதம் காத்திடுவோம்...

மனித வேதம்

வேதம் கற்று வேடம் தரித்து
பாதம் வலிக்க பாவம் கழிப்பினும்
நன்மை கிடைத்திடாது, மனிதம் கற்று
புனிதம் பிறக்கையில் தீமை நெருங்கிடாது.

Abish S.H

மனித பயணம்

மறைக்கப்படும் உண்மைகள்

மறுக்கப்படும் நீதி

இருளை நோக்கிய

மனித பயணத்தில்

இல்லாமலே போன மனிதம்...!

உயிரின் மதிப்பு?

கரம் நீட்டி உயிர் காக்கும் நேரம்

கைபேசியில் பிடியில்

காணாத மனிதர்களுக்காக

கரைந்து போகும்

கண்முன்னே மனிதம்....!

சிவசங்கரி

மனிதன்(ம்)

மனிதம் பேசும் மனிதர்களுக்குக் கூட
மனிதராய் ஏன் பிறந்தோம் என்ற
வருத்தம் உண்டாம்...
ஏனெனில் மிருகத்தை மிஞ்சும்
வகையில் பிறரை ஒடுக்கி அடக்கி
தன் ஆதிக்கத்தையும் அதிகாரத்தையும்
செலுத்துகிறான்...

தான் என்கிற நிலை

யாவரும் ஒன்றென்ற நிலையில் இருந்து
தன்னை விடுவித்துக் கொண்டு,
தன்னிலை மறந்து தான் என்ற
நிலைக்கு வந்து விட்டான்...
ஆனால் சமயங்களில் கனிவாகப் பேசி
காரியம் முடிப்பதில் கைதேர்ந்த கயவன்
ஆக தன்னை மாற்றிக்கொண்டான்...

ஸ்ரீ ராம் பிரசாத் .து

மனிதநேயம்

மங்கிய மனித மூளையில்
மனிதநேயம் என்பதோ மின்னலை
போன்று மாறிவிட்டது
தோன்றி மறைகின்ற காலமோ
நொடிப்பொழுதாகிவிட்டது.....

மனிததன்மை

மனித தன்மையோ
மறையவில்லை அவையோ
மாறிவிட்டது #Justice #Save
என்று செயலிகளில் மட்டுமே....!

EvillThoughts

மனிதம் - மதம்

மனிதத்திலிருந்து "னி"(நீ) விலகினால்,
அங்கு மதத்தின் தலை ஓங்கி விடும்,
சமூகத்திற்கு மனித ஆட்சியா மத ஆட்சியா என்பது,
"னி"(நீ) இருப்பதில் மட்டுமே உள்ளது

மேகத்தின் மனிதம்

செழிப்பும் செம்மையுமாய் வாழுகின்ற நிலம்தன்னை,
சதிதீட்டி உயி(நீ)ரை உறிஞ்சும் வஞ்சகர்களால்,
வாய்பிளந்து ஆதரவின்றி செத்துமடிந்ததை கண்டு,
கண்ணீர் விட்டு அழுகிறது மேகங்கள், மனிதத்துடன்...

நா. கார்த்திக் ராஜா

மத மனிதம்

மதம் என்ற ஒன்றை
மனம் நம்புகையில்
மதம் (யானை) பிடித்து
ஆடுகிறது மனிதம்...

மறந்தது மனிதம்

மனம் போகும் போக்கில் மனிதனும்
போய் சேர்கிறான்,
மனிதநேயத்தை மறந்து,
மனிதம் என்ற உணர்வை எப்போது
உணரபோகிறோமோ...

வா.மணிகண்டன்

மனிதாபியத்தின் தேடல்

மானுடர் இரக்கத்தில்
மட்டும்பிறப்பதில்லை-மனித நேயம்!
அன்பனைத்தையும்-அள்ளித்தந்தவளை,
அனாதைஇல்லத்திற்கு தாரை வார்க்கின்றான்

தொலைந்துபோன நேயம்

சிப்பிக்குள் முத்தாக,
சிற்பியின்-சிந்தனைக்கேற்ற சிலையாக
எவ்வுயிரிடத்தும் குறைவில்லா-அன்பை
நிறைமனதுடன் காட்டுவதன்றோ
மனித நேயம்

Malathi Ramadoss

மனமில்லா மனம்

மனம் என்ற ஒன்று,
புதைந்தா இல்லை புதைக்கப்பட்டதா,
என தெரியாமல், தேடுகிறோம்
தினம் ஓடுகிறோம், அதுஉம் எதை தேடி
என தெரியவில்லை அது பேரோ
புகழோ புரியவில்லை, இங்கே
மறைந்தவர்களின் சதையும் சடலமும்
புதைக்கப்படவில்லை, மனமும் மனிதமும்
புதைக்கப்பட்டிருக்கிறது, அதனை அறியாததால்
பலர் அறிய இயலாததால்.

உன்னுள் ஒன்று

உள்ளே இருக்கும் மனதை
வெளியே தேடி பயனில்லை அதை
பூட்டி வைத்து, சாவி இருந்தும் திறக்காமல்
இருக்கிறோம், ஓர்நாள் உடைக்கப்படும்
அங்கே மனிதத்தை காணலாம்.

கௌசிகா குமார்

மனிதம்

நாளும் இறைவனை வணங்கு,
நல்லதே நடக்கும் என்கிறாய்!
நாளும் உன் இறைவனின்
காலடியில் தான் கிடக்கிறான்...
அவன் திருவோடு_உன்
இறைவனுக்கு அகப்படவில்லையா?
ஐயா.. எனும் அவன் குரல்
உம் இறைவனுக்குக் கேட்கவில்லையே!

மனிதம் போற்றும்

மானுடன் தான் கேட்கிறான் அக்குரலை!
பக்தனாய், பாலையும் சோற்றையும்
கல்லிற்கு விருந்தாக்குவதை விட!
நாத்திகனாய், ஏழையின் பசி ஆற்றுவதே
புனிதம் தாண்டிய மனிதம்!

Sowndarya Sankar

மாற்றமே மனம்

வீழ்ந்த கை மேலெழும்ப
வெறித்த பார்வை ஒளிபெற
ஒட்டிய வயிறு உற்சாக கூச்சலிட
வீழவில்லை என்றே கொள் -மனிதம்
விழித்தேயுள்ளது நிமிர்ந்தே சொல்!

வலிக்கும் அவலங்கள்

பிஞ்சு காமுகர்கள் பித்தத்தில்
பின்னல் பிணிக்குள் சமூகம்
சுற்றமும் சழக்கர்கள் பிடியில்
சுதந்திர சமபகிர்வேது சுடுகாட்டிலும்
மறுக்கப்பட்டதோ? மறக்கப்பட்டதோ மனிதம்?

ஆ. சிவரஞ்சனி ரமேஷ்

மாற்றம் எப்போது

மனம் எனும் கருவியால் தீயது
ஒழித்து நாட்டில் எல்லோரும்
சுயநலம் இன்றி பொதுநலம்
காக்க பெரும் மாற்றத்தை கொடுக்கும்
மனிதம் போற்றும் நாள் எந்நாளோ??

ஆறறிவால் அழிவு

மரத்தை வெட்டி கட்டிடம்கட்டுவதா?
கல்வியில் பணத்தை சுரண்டுவதா?
பெண்ணை மிதித்து கற்பை சூறையாடுவதா?
தமிழை தாழ்த்தி வேற்று மொழி புகுத்துவதா?
வயிறை நிரப்ப தெரிந்த நமக்கு
விவசாயத்தை காக்காமல் இருப்பதா?
டெக்னாலஜியினால் பறவைகளை விரட்டுவதா?
இதில் எங்கடா மனிதம் உள்ளது??
ஆறறிவு இருந்தும் அறிவற்று இருக்கிறோம்

மாலதி (விழிகள் பேசும்)

மாற்றம் கொண்டேன்

சிறகொடிந்த வண்ணத்துப்பூச்சியாய் ஆசிரமத்தில்,
மனம் திறந்து பேச மார்க்கமின்றி தவித்ததைக்கண்டு,
என் இதயத்தில் மாற்றம் கொண்டேன்
உயிர் கொடுத்த தெய்வங்களை
கைவிடக்கூடாதென்று ...

சிலிர்த்துப்போனதடா...

சாலையோரப் பூக்களுக்கும் உன்
மனதின் மேல் காதலடா...
நேரம் கருதாமல் உன் உயிர்கொடுத்து,
ஆம்புலன்சில் எக்கணமும் பிறர் உயிர்காத்த
உன் இதயம் கண்டு ,மழையில் நனைந்த
மலர்க்கொடி போல் என்
இதயம் சிலிர்த்துப்போனதடா...

தரங்கிணி முருகன்

மாயம்

நாற்ச்சுவற்களின் வாயில் வழியே
வெளிவர மறுக்கும் உதவிக்கரம்....
கதறி அழும் சிறுஇதயம்
கல்நெஞ்சினிலே சிக்கிக்கொண்டிருக்கும் மனிதம்
மாயமானது எதுவோ, தொலைந்தது இங்கே
மனிதத்துவமே

ஏளனம்

சிறுப்பிள்ளைமுதல் - முதுப்பிள்ளைவரை-
ஆதரவற்று நிற்கதியாய் தெருவிலே
நிம்மதியான உறக்கம் - இல்லையவர்கட்கு
இப்படுகுழியில் தள்ளியவர்க்கு - பகட்டான வாழ்வு
இதுதான் மனித ஜாதியோ?
ஐந்தறிவுப்பிரானிகளும் ஏளனமாய் சிரிக்கிறது,
தன்னிடம் இருக்கும் கருணைக்கூட
உன்னிடம் இல்லையென்று
அருவருப்பாய்...

நித்யஷ்ரி முருகேசன்

மாசடைந்த மனம்

சாலை விபத்திலும்

முன்னின்று முதலுதவியும் - செய்வதில்லை,

பாவநிலை கண்டு

முயலும் மற்றவர்களையும் - விடுவதில்லை

சுயநலவாதி

சனியில் காகங்களை

தேடி ஓடுகிறோம்,

பனியில் தஞ்சமடையும்

பிராணியை ஓடச்சொல்கிறோம்!!

Gayathri Devi Sekar

வரம் தா இறைவா

இறைவா,

பசிப்பிணி கொண்டோர்க்கு வள்ளலாராக...

உடற்பிணி கொண்டோர்க்கு அன்னைத் தெரசாவாக...

அனாதை குழந்தைகளுக்கு அன்னையாக...

ஆதரவற்ற முதியோருக்கு மகளாகவும் மாறும் மனிதம் தா!

வரம் கேட்பேன்

எல்லா உயிரியையும் தன்னுயிராய்
எண்ணும் "மனம்" கேட்பேன்...
பசியாற உயிர்கொலை செய்தல் பாவமென
அறியும் "அறிவு" கேட்பேன்...
இயன்றவரை இயலாதவர்களுக்காய் வாழும்
சுயநலமற்ற "உடல்" கேட்பேன்...
அன்பு,கருணை,தயவே உருவான மனிதம்
எனும் "ஆன்மா" கேட்பேன்...

K.R.Abinaya

விரல்களாய் மனிதம்

விரல்களாய் மனிதம்
நிலத்தின் முகவரி அறியாது பொழியும் மாரி போல
விழியின் முகவரி அறியாது - அதன்
ஈரம் துடைக்கும் விரல்களாய் வாழ்வதே "மனிதம்"

புதையும் மனிதம்

மாதுவின் கற்பப்பையின் யாசகத்தால் உதித்தவன்
சகமாய் பழக வேண்டிய மழலை என பாராது
மோகப் பொருளாய் அதன் கற்பை சூறையாடுகிறான்
மனிதத்தை புதைத்து

தமிழினி

விதைத்திடுவோம்

எங்கே செல்ல போகிறோம்
என்பதை புரிந்துகொண்டால் மரணம்
எனும் பயணத்தில் மக்கும் காகிதத்தை
மறந்துவிட்டு மனிதநேயத்தை மரமாக்கலாம்

108

முன் பின் தெரியவில்லை,
முகம் கூட கண்டதில்லை,
மருத்துவ அவசர ஊர்தி
மருத்துவத்தை நோக்கி செல்கையில் ,
பிழைத்துவிட வேண்டும் என்று பதறும்
சில உள்ளங்களில் பரவிக் கிடக்கிறது
மனித நேயம்...!!

கவி

அன்பென்ற மழையிலே

"யாருமற்றவன்"
இவ்வுலகம் எனக்கு வைத்த பெயர்!
மனிதத்தை மறந்த மனிதனை வெறுத்து ஒதுக்கி,
தலையில் அடிபட்டு புழு மொய்க்க தெருவோரத்தில்
கிடந்தேன்..
இரு கால்கள் என்னைக் கடந்து செல்ல, என் இரு கரம்
நீண்டது!
இரக்கம் ஈன்ற யாசகம் என் ஒரு நாள் பசி நீங்க
இறுதியில் மனிதனிடமே நின்றது!
ஆம், தயக்கமாக இருந்தது முதலில்!
என்னை விரட்டியடித்த மக்கள்போலல்லாமல்,
என் தலையை சுத்தம் செய்து, என் மனதையும் சுத்தம்
செய்து ஓர் இல்லத்தில் சேர்த்து விட்டார்கள்,
என் மனமென்னும் இல்லத்தில் அவர்களும்
சேர்ந்தார்கள்!
மனிதனுக்குத் தான் பிறப்பு ஒரு முறை!
மனிதம் மீண்டும் மீண்டும் பிறந்துகொண்டு தான்
இருக்கும் என்பதை 'மனிதம்' இம்'மனிதனுக்கு'
உணர்த்தியது, இறுதியில்!
ஆம், நான் உணர்ந்துகொண்டேன், மனிதத்தை
மனிதனிடத்தில் கண்டேன்! நீங்கள்?

இப்படிக்கு,
எல்லாம் நிறைந்த ஒருவன்!

Hykoo_talks

மனம்

பரபரப்பான சென்னை மாநகரம், சாலைதோறும் போக்குவரத்து நெரிசல், அங்கு நின்ற ஆட்டோ ஒன்றில் பிரசவ வலியில் துடிக்கும் சாந்தி. "கடவுளே என்று தான் நெரிசல் இல்லா சாலை அமையுமோ" என்று புலம்பும் சாந்தியின் கணவன் சரவணன். சற்றுநேரத்தில் அரசு மருத்துவமனையில் அனுமதிக்கப்பட்டால் சாந்தி,குழந்தையின் அழுக்குரல் ஏதும் கேட்கவில்லையே என வினவிய சரவணனுக்கு அதிர்சிக் காத்திருந்த்து. குழந்தையின் இதயத்தில் ஓட்டை இருப்பதாகவும் ஒரு நாளில் இதயமாற்று அறுவை சிகிச்சை செய்தால் தான் சேயைக் காப்பாற்ற முடியும் எனக் கெடு விதித்தார் மருத்துவர். செய்வதரியாத சரவணன் மருத்துவமனையின் வாயிலில் இருந்த கோயிலுள்ளேச் சென்று கதறி அழத் தொடங்கி னான்,அவனது புலம்பலனைத்தும் ,கண்ணீருடன் அமர்ந்திருந்த சீதாவின் செவிகளில் ஒளித்தது,சிறிது நேரம் சிந்தித்த சீதா திடுக்கென எழுந்து சரவணனிடம் ,"உங்கள் புலம்பலக்கள் அனைத்தையும் கேட்டேன், என்னால் தங்களுக்கு உதவமுடியும்" என்றால் , குழம்பிய சரவணன் தெளிவாக கூறும் படி சீதாவிடன் கூறினான். சீதா கண்ணீருடன் கூறியதாவது, தன் குழந்தைக்கு , மூலையில் ஏதோ பாதிப்பிருப்தனால் அவன் உயிர்பிழைக்க மாட்டான் என மருத்துவர்கள் கூறினர்,அத்துடன் என் மகனின் உடலுறுப்புகளை தானம் அளிக்கச்சொல்லிக் கேட்டனர் ,அப்பொழுது ஒத்துழைக்கா என் மனம் உங்களது கதறலைக்கேட்டு கறைந்தது, காலம் கடத்தாமல் வாருங்கள் மருத்துவரிடம் தெறிவிக்கலாம் என சரவணனை அழைத்தால் சீதா. சீதாவுன்

கண்ணீருக்கும் சோகத்திற்கும் ஆறுதல் கூற முடியா சரவணன்,அவளின் மனிதத்தைக்கண்டுத் திகைத்து நின்றான்.குழந்தைக்கு வெற்றிகரமாக இதயமாற்று அறுவை சிகிச்சை முடிந்தது. மருத்துவர் தாமகவே முன் வந்து சிகிச்சைகான பாதித் தொகையை செலுத்தினார்.சீதா குழந்தைக்கு மனம் என பெயர் சூட்டினால்.பலரின் இரக்கத்தாலும்,மனிதத்தாலும் உயிர்பிழைத்த மனம் ,இயற்கையாகவே மனிதர்களிடமும், மனிதத்திலும் ,சமூகத்தின் மீதும் சிறுவயது முதலே அன்பாக இருந்தாள்.மனம் படிப்பிலும் ,சுட்டிதனத்திலும் எந்தவகையிலும் குறைந்தவளில்லை. சாந்தியிடம் செல்லக் குறும்பும்; வேடிக்கைப்பேச்சி ,ஆட்டம் பாட்டு என மனம் இருக்குமிடம் கலைக்கட்டும்.மனத்தைபற்றித் தெரியாதோர் ஊரில் யாரும் கிடையாது. தனது உயர்கல்வி முடித்தவுடன் சமூகப் பணியில் ஈடுப்பட ஆர்வமாக இருந்தால். பல ஆசைகளுடனும் ,கனவுகளுடனும் ,பெற்றோரின் பாச மகளாக, வளர்ந்து வந்தாள் மனம். அன்றொருநாள்,இரவு வெகுநேரம் ஆனது பாதைத் தெரியாமல் நின்ற மூதாட்டியை வீட்டில் சேர்த்துவிட்டு வீடுத்திரும்பினாள் நடந்தேச் சென்றதால் வெகுநேரம் ஆனது, அவ்வழியே வந்த ஆட்டோவில் இருந்தோர் தனியாக சென்ற மனத்தை கடத்திச்சென்றனர். கதறினாள் மனம் ஐந்து நபர்கள் சேர்ந்து மனத்தை பாலியல் பலாத்காரம் செய்ய நெருங்கினர், அக்கனம், மனிதத்தால் மட்டுமே இந்த உலகம் இயங்குகிறது என தன் தந்தை சொன்னது அனைத்தும் பொய்யானது. மனம் ஒவ்வொரிடமும் மனிதத்தைத் தேடிக் கதறினாள், மனத்தின் பார்வையில் அவர்கள் அனைவரும் மனிதத்தோல் போர்த்திய மிருக்தை விடக் கொடூர

உயிரனமாய் தெரிந்தனர், முதல் முறை உலகத்தின் மீது பயம் கொண்டால் அவள்.... மனம் தேடிய மனிதம். ஆணினமே, உனக்கிருக்கும் ஆசைகள், கனவுகள் அனைத்தும் அவளுக்கும் உண்டு, உன்னை போலவே பாசமுடன் அவளும் வளர்க்கப்படுகிறாள். அவளுக்கு மனமுன்டு, உனக்குள்ளும் மனிதம் உண்டு.

ஜனனி

மனிதம் தேடி

நான் 15 வயதுடைய மாணவி எங்கள் கிராமத்தில் ஒன்பதாம் வகுப்பு படித்து வருகிறேன். ஒரு மாலை பொழுதில் என் வீட்டிற்கு அருகில் உள்ள பயிற்சி சாலைக்கு சென்றேன் . பயிற்சி சாலையின் வாசலில் புதிய மிதியணி இருந்ததை கண்டேன் உள்ளே சென்று பார்த்த போது அந்த பயிற்சி சாலைக்குள் மூதாட்டி ஒருவர் அமர்ந்திருந்தார் தலை முடி நிறைத்து தோள் சுருங்கி இருந்தாலும் அவரின் விலைமதிப்பில்லாத புன்னகை என்னை வரவேற்றது.அவரின் ஒரு கையில் காயங்கள் இருப்பதை கண்டேன்.உடனே நான் 'பாட்டி உங்க கைகளுக்கு என்ன ஆச்சு' என்று கேட்க அதற்கு அவரோ "ஒரு வருடத்திற்கு முன்பு என் கைகளில் எண்ணெய் கொட்டிவிட்டது' சிரித்தபடியே "சீக்கிரம் என் வாழ்க்கை முடிந்து விட்டால் நன்றாக இருக்கும் என்றார்.

அதைக்கேட்ட நான் திகைத்து நின்றேன் ஏன் அப்படி சொல்கிறீர்கள் என்று நான் கேட்டேன் அதற்கு அவர் "எனக்கு ஐந்து குழந்தைகள் கூழி வேலை செய்து படிக்க வைத்தேன் ஆனால் பணம் சம்பாதிக்க ஆரம்பித்தவுடன் எல்லோரும் அவரவர் வாழ்க்கையை

தேடிச் சென்று விட்டார்கள்.இப்பொழுது நான் தனியாகத்தான் வசித்து வருகிறேன்.

வாழ்க்கையின் முடிவை நோக்கி நான் நகர்ந்து கொண்டே இருந்தாலும் என்னோடு பயணிக்க ஒரு மனதை தேடுகின்றேன் என்றார். "இதை கேட்டு முடித்த என் மனிதம் கண்ணீராய் வெளிப்பட்டது. தன்னை மட்டும் நேசிக்கும் தன் திறமைகளை தட்டி கொடுக்கும் ஒரு மனதை இறப்பதற்குள் சம்பாரித்து விடவேண்டும் என்பதே இங்கு பலரது ஏக்கம். இந்த பிரபஞ்சத்தில் கருவறையில் இருந்து கல்லறை வரை நாம் தேடிக்கொண்டு இருப்பது நம்மோடு பயணிக்க ஒரு மனதை மட்டுமே.

பிருந்தா

மழலையின் மனிதம்

மனிதர்கள் மாறினாலும் இயற்கை மாற்றம் கொள்வது இல்லை என்று கேலி செய்தபடி சில்லென்ற தென்றலுடனும்,சுளீரென்ற ஆதவனுடனும் விடிகிறது விடியல்...!!! இயற்கை ஒன்றே இனாம் போலும்?வேறு எதுவும் யாருக்கும் சமதரம் இல்லையோ என்னவோ...!!! கையில் காபியுடன் தொலைக்காட்சியை அலற விட்ட தியாகு ஐந்து மாதங்களுக்கும் மேலாக தொடரும் பொதுமுடக்கத்தையும் சில தளர்வுகளையும் பார்த்தபடியே செய்தித்தாளையும் புரட்டினார்.

எப்பொழுதும் போல வேலைக்கு வந்த ஜானகி அம்மாள் பாத்திரங்களைத் தேய்க்க திவ்யாவும் வேலையை முடித்துக் கொண்டு வீட்டிலிருந்தபடியே தொடங்கும் இந்நாளின் வேலையில் மூழ்கினாள். தியாகுவும் மகள் சரண்யாவை நிகழ்நிலை (ஆன்லைன்), வகுப்புக்கு தயார் செய்து விட்டு தானும் சென்று சேவைத்துறையில் (ஐடி வேலையில்) மூழ்கினான்.

சிறுமி கைபேசியை எடுத்துக்கொண்டு துணிகளை துவைத்த ஜானகி அம்மாளிடம் அமர்ந்து கொண்டே தான் கற்ற பாடங்களையும் பாடல்களையும் மழலை மொழியில் கூறலானாள். அதைக் கேட்டு சிரித்துக் கொண்டே, இதுபோல் பழைய கைப்பேசி

(மொபைல்போன்), எதுவும் இருக்கா என கேட்க, ஒன்றும் அறியாத சிறுமி இல்லையே பாட்டி ஏன் நீயும் படிக்க போறிங்களா? என்று கேட்டாள். இல்லையடா கண்ணா என் பேத்தி பத்தாம் வகுப்பு படிக்கிறாள். ஆனால், இந்த மாதிரி இணையதள (இன்டர்நெட்) வசதியுள்ள கைப்பேசி இல்லை என கூறுகிறாள். சிறுமியோ வேணும்னா அக்காவ என்னோட ஃபோன்லயே படிக்க சொல்லு பாட்டி என்று அறியா வயதிலும் அறிவுடன் கூறினாள்.

இல்லையடா அம்மா வேண்டாம் என்று கூறி தன் வேலையைத் தொடர்கிறாள் ஜானகி அம்மாள்.மாலை நேரம் தொலைக்காட்சியும், கைப்பேசியுமாக சுழலவிட்டுக் கொண்டிருந்த தியாகுவிடம் அமர்ந்த மகள் காலையில் பாட்டியிடம் பேசியதை எல்லாம் சொல்லிக்கொண்டு இருந்தாள் அதை சமையல் செய்தபடியே கேட்டுக்கொண்டிருந்த திவ்யா அதுக்கு நாம என்ன பண்ண முடியும்? என்ற கேள்வியை எண்ணெயில் பொறிந்த கடுகுபோல கேட்டாள்.

உடனே உள்ளே சென்ற மகள் தன் சேமிப்பு உண்டியலை அப்பாவிடம் நீட்டி அதனை வைத்து ஒரு போன் வாங்கி பாட்டிக்கு கொடுக்குமாறு சொல்லிக்கொண்டே இருந்தாள். மகளை சமாதானம் செய்து விட்டு திவ்யாவுடன் ஒரு நீண்ட உரையாடலை

நிகழ்த்தினான். பிறகு மகளின் எண்ணத்தை எண்ணி ஒப்புக்கொண்டாள் திவ்யா.அன்று, ஞாயிற்றுக்கிழமை தளர்வுகள் அறிவிக்கப்பட்டதால் வெளியில் சென்று விட்டு தங்களது சேமிப்பில் சிறு தொகையை எடுத்து மகளின் விருப்பப்படியே ஒரு ஆன்ட்ராய்டு போனை வாங்கி அதை பாட்டியிடம் கொடுக்குமாறு சொல்ல அந்த மழலையின் முகத்தில் மலர்ந்த மலர் போல ஆனந்தம் தள்ளாடியது. இன்றே போகும் வழியில் கொடுத்து விட்டு போகலாம் என அடம்பிடித்த குழந்தையை ஜானகி அம்மாளின் வீட்டுக்கு அழைத்துச் சென்றனர்.

அவர்கள் வந்த அதிர்ச்சியில் ஜானகி அம்மாள் சற்றுநேரம் செய்வதறியாமல் நிற்க, சிறுமி ஓடிச்சென்று போனை ஜானகி அம்மாளின் கையில் கொடுக்க அவள் கண்களில் ஆனந்தக்கண்ணீர் எட்டிப்பார்த்தது. அவள் பேத்தியை அழைத்து அதைக் கொடுக்க இவ்வளவு நாள் படிப்பதற்கு முடியாமல் இருந்த சிறுமியின் கண்ணில் தோன்றிய அந்த புன்னகை பொன்னாலான நகையை விட உயர்ந்தது அன்றோ!!! "மழலை மனதிலும் மனிதம் வளர, மகோன்னதமான வளர்ப்பும், மகிழ்வான அரவணைப்பும் என்றும் வேண்டும்

ஜெயஸ்ரீ பொன்னுச்சாமி

மீதம் வைத்த மனிதம்

கல்லூரி முடிந்ததும் பேருந்தில் ஏறி, அங்கிருந்து வீட்டிற்கு பக்ககத்திலுள்ள பேருந்து நிறுத்தத்தில் இறங்கி காத்திருக்கையில், அண்ணனுக்கு அலைபேசியில் ஒரு அழைப்பு விடுத்தால் போதும், முப்பது நிமிட நடைப்பாதை பயணத்தை தவிர்த்து பத்து நிமிடங்களுக்குள்ளாகவே வெரசாக வீட்டை அடைந்துவிடலாம். அன்றும் அப்படித்தான் கல்லூரியை முடித்துவிட்டு பேருந்து நிலையத்தில் இறங்கி மூன்று படி மேலே ஏறி ஓரமான இருக்கையில் அமர்ந்து அண்ணனை அலைபேசியில் அழைத்து, 'ராஜா ஸ்டாப்பிங்ல இருக்கேன், சீக்கிரம் வா' என்று கூறிவிட்டு சுற்றிப்பார்க்கலானேன்.

நிறைய பேர் பேருந்திற்க்காக நின்றுக் கொண்டிருந்தனர், அங்கே சிடுக்கான முடியோடும், வெண்ணிறம் பூத்த பரட்டை தலையோடும், நாடி நரம்புகள் வெளியே தெரியும் வகையில் சுருங்கிய சதைகளோடும், ஆங்காங்கே கிழிந்த ரேசன் புடவையை உடுத்தியவளுமாய், இடுப்புக்கு கீழே இயங்காதவளாய் வயதுமுதிர்ச்சியடைந்த பிச்சை எடுக்கும் பாட்டியை பார்த்தேன். ஒரே ஒரு துணி மூட்டையும், சில சில்லரைகள் மட்டும் அவளுக்கான உடைமைகளாக பார்க்கமுடிந்தது.

ஏனோ அவள் அந்த படிகளில் இருந்து மெதுவாக தவழ்ந்து கீழே மணல் தரையில் இறங்கினாள். பசியோ? மயக்கமோ எதற்காக இறங்குகிறாள் என்று தெரியவில்லை, ஏதோ புரிந்துகொள்ள முடியாத முகபாவங்களோடு தென்பட்டது எனக்கு.

பசியின் மயக்கமாக தான் இருக்கும் என்று நானே உள்ளுக்குள் யூகித்து டீ கடையின் கண்ணாடி பெட்டிக்குள் இருந்த பேக்கரி பன்னை விடுதலை செய்த மகிழ்ச்சியுடன் திரும்பி பார்த்தேன். மணல் பரப்பில் கீழே இறங்கியிருந்தவள் இரண்டு கைகளையும் பூமியில் ஊன்றி, துணியை சிறிது விலக்கி மணலில் பீச்சியபடி மலம் கழித்தாள். சுற்றி முற்றி இருந்தவர்கள் சகஜமாக அந்த நிகழ்வை பார்க்காதபடி நடந்துகொண்டனர்.

வாங்கிவந்த பன்னை கையிலேயே வைத்து கொண்டு அமர்ந்து விட்டேன். துர்நாற்றத்தோடு கூடிய நாற்றம் பரவ அனைவரும் பத்தடி தள்ளிப்போனார்கள், எனக்கும் அங்கிருந்து போனால் மட்டும் போதும் என்று இருந்தது. அவள் மீண்டும் படி ஏற முயற்சி செய்து கொண்டிருந்தால், அண்ணனும் வந்துவிட பன்னை அங்கேயே போட்டுவிட்டு, மூக்கைப் பொத்திக்கொண்டு வண்டியில் ஏறி உட்கார்ந்து கொண்டேன்.

சிறிது தூரம் சென்றதும் அவளை திரும்பிப் பார்க்கத் தோன்றியது, இன்னும் படியே ஏற முடியாமல் அவள் கைகளை ஊன்றியபடியே இருந்தாள். அவளை பார்த்தபடியே இருக்க வண்டி வேறு திசை திரும்பியது, சிறிது சிறிதாக புள்ளியாய் மாறி மறைந்து போனது அவளின் உருவம். அவள் உருவம் மட்டுமே என் கண்களிலிருந்து மறைந்து கொண்டிருந்தது, நாற்றம் என்னவோ என் மனதில் இருந்து வீசிக்கொண்டிருந்தது. கொடுக்க தோன்றும் நமக்கு, ஏனோ எடுக்கவோ துடைக்கவோ தயக்கம் இருந்து கொண்டு தான் இருக்கிறது.

இ.நிவேதா